ಮರಳಿ ಗೂಡಿಗ

ಭಾವಗಳ ರಂಗೋಲಿ

ವಿಭಾ ರಮೇಶ್

ಪುಸ್ತಕಗಳ ಪ್ರಪಂಚಕ್ಕೆ ಪರಿಚಯಿಸಿದ

ನನ್ನ ತಂದೆ ಕೆ. ರಮೇಶ್ ಅವರಿಗೆ

ಪರಿವಿಡಿಗಳು

ಪರಿವಿಡಿಗಳು

1. ನಳಿನಾಕ್ಷಿ

ಅಂತರಾಳದ ತುಮುಲಕೆ
ತುಂಗೆಯೇ ಸಾಕ್ಷಿ
ಬಂದೇ ಬಂದಾನೋ ಅವನು
ಕಾದಿಹಳು ನಳಿನಾಕ್ಷಿ

ರಭಸದಿ ಸರಿದಿದೆ ಗಾಳಿ
ಇಡುತಿದೆ ಕೇಶರಾಶಿಗೆ ಕಚಗುಳಿ
ಈ ತುಂಟಾಟವು ನೀ ಕಲಿಸಿಕೊಟ್ಟೆ ಏನೋ
ನಕ್ಕಳು ನಳಿನಾಕ್ಷಿ

ರವಿಯ ರಶ್ಮಿಯು ತುಂಗೆಯ ಚುಂಬಿಸೆ
ಹುಟ್ಟುವವು ರತ್ನಗಳು
ಈ ಮುತ್ತಿನ ಮಾಲೆಯ ನೀ ಕಳುಹಿಸಿದೆ ಏನೋ
ಪುಳಕಿತಳಾದಳು ನಳಿನಾಕ್ಷಿ

ನಿನ್ನ ಮೊಗ ಕಂಡಿಲ್ಲ ,ನಿನ್ನ ನಗು ನೋಡಿಲ್ಲ
ನಿನ್ನ ಮಾತು ಕೇಳಿಲ್ಲ
ನೀ ಬಂದೆ ತೀರುವೆ ಸಂಶಯವಿಲ್ಲ
ಮೈ ಮರೆತಳು ನಳಿನಾಕ್ಷಿ

2. ತೃಪ್ತಿ

ನಿಲ್ಲು ಮನವೇ, ತಾಳು ಮನವೇ
ಎಲ್ಲಿ ಓಡುವ ಆತುರ
ನಿರಾಶೆ ಏಕೆ ನಿರಂತರ

ಭಗವಂತ ಕೊಟ್ಟ ಬುತ್ತಿ
ಬುತ್ತಿ ತುಂಬಾ ಮುತ್ತು,ರತ್ನ
ಮತ್ತೇನು ಹುಡುಕುವ ಯತ್ನ

ಇರುವುದೆಲ್ಲವೂ ಆಶೀರ್ವಾದ
ಹೋದದ್ದೆಲ್ಲ ಸವೆದ ಕರ್ಮ
ಅಷ್ಟೇ ಅಲ್ಲವೇ ಮರ್ಮ

3. ನವಿಲು

ಕೂಡಿರುವ ಕಾರ್ಮೋಡ ಕರಗಲು
ವರ್ಷ ಧಾರೆ ಸುರಿಯಲು
ನಿರಾಸೆ ಇಲ್ಲದ ಅಪೇಕ್ಷೆಯಿಂದ
ಕಾಯುವುದೇ ನನ್ನ ಕೆಲಸ
ಮಳೆಯ ಹನಿಯ ನಿನಾದಕೆ
ಕುಣಿಯಲು ಕಾಲು ಕಾತರಿಸಿದರೂ
ನಿರಾಸೆ ಇಲ್ಲದ ಅಪೇಕ್ಷೆಯಿಂದ
ಕಾಯುವುದೇ ನನ್ನ ಕೆಲಸ
ನಲ್ಲೆಯ ಮನವೊಲಿಸಲು
ಗರಿಗೆದರಿ ನನ್ನೊಲುಮೆ ಸುರಿಸಲು
ನಿರಾಸೆ ಇಲ್ಲದ ಅಪೇಕ್ಷೆಯಿಂದ
ಕಾಯುವುದೇ ನನ್ನ ಕೆಲಸ
ಭೂ ತಾಯಿಯ ಬೆಚ್ಚನೆಯ ಮಡಿಲಿನ
ಮಮತೆ ಸ್ನೇಹ ಮುನಿಸು ಆಗ್ರಹ ಎಲ್ಲವು
ಆಣತಿಯಂತೆ ಮಣಿದು ,
ನಿರಾಸೆ ಇಲ್ಲದ ಅಪೇಕ್ಷೆಯಿಂದ
ಕಾಯುವುದೇ ನನ್ನ ಕೆಲಸ

4. ಪ್ರೀತಿ

ಪ್ರೀತಿಯ ರೀತಿ ಎಂತಹುದು
ಸೆಳೆಯುತ ಸುಳಿಯಲಿ ಸಿಲುಕಿಸುವುದೇ
ಎರಡು ಜೀವಗಳ ಬೆಸೆಯುವ
ಅಮೃತವೇ... ಇಲ್ಲ ವಿಷವೇ ...

ಮಾರೀಚನ ಮಾಯೆಯಂತೆ
ಕೊರಗಿಸುವ ಕಪಟವೇ
ಅಥವಾ ಉತ್ತುಂಗಕ್ಕೆ ಏರಲು
ಬಲ ಕೊಡುವ ರೆಕ್ಕೆಯೇ

ಸಂಸಾರ ಹೊಂದಾಣಿಕೆಯ ಬಲೆಯೇ
ತನ್ನ ತನವ ತೊರೆದುಬಿಡಲು
ಸಂಭಂದ ಸೆರೆಯೇ
ಚೌಕಟ್ಟಿನಲ್ಲಿ ಬಂಧಿಸಲು

ಪ್ರೀತಿ, ಭಾವ ಪರವಶತೆಯ ಮಹಾಪೂರವಲ್ಲ
ಸ್ನೇಹದ , ನಲ್ಮೆಯ ನಿಶ್ಚಲ ನಿರ್ಧಾರ
ದೇಹಗಳ ಬೆಸೆಯುವ ಮಾಯೆಯಲ್ಲ
ಭರವಸೆಯ ಭವ್ಯ ಭಾಂಧವ್ಯ

ಒಬ್ಬರನ್ನೊಬ್ಬರು ಅರಿಯುವ
ತಪ್ಪಿದರೆ ದಂಡಿಸುವ , ಬಿದ್ದಾಗ ಎಬ್ಬಿಸುವ
ಸೋತಾಗ ಸಂತೈಸುವ , ಹುರುದುಂಬಿಸುವ

ತಾಯೊಡಲಿನಂತೆ ಕಾಯುವ ಶಕ್ತಿ

ಪ್ರೀತಿಗೆ ಆಗಸದಂತೆ ಹೃದಯ ವೈಶಾಲ್ಯ
ಧರಣಿ ಯಂತೆ ಅತುಲ್ಯ ಸಹನೆ
ಚಂದ್ರನಂತೆ ಮುದನೀಡುವ ಬೆಳಕು
ಪರ್ವತದಂತೆ ಅಚಲ ವಿಶ್ವಾಸ

ಅಹಮ್ಮಿನ ಗಡಿಯ ಭೇದಿಸಿ
ತೃಷೆಯ ತಣಿಸುವ ಚಿಲುಮೆ
ಜೀವನ ಪಥದ ಸಾರ್ಥಕ
ಪಯಣದ ರೂವಾರಿ – ಪ್ರೀತಿ

5. ಅನ್ವೇಷಣೆ

ನಡೆ ನಡೆ ನಡೆ, ನಡೆ ನೀ ಮುಂದೆ
ಅಗೊಚರದೆಡೆಗೆ, ಅನಂತತೆಯೆಡೆಗೆ
ಬಿಡು ಬಿಡು ಬಿಡು,ಬಿಡು ನೀ ಚಿಂತೆ
ಚಿಂತೆಯ ಸಂತೆ ,ಸಂತೆಯ ಚಿಂತೆ

ಆಗಸದೆಡೆಗೆ.. ಹಾರುವ ಮೊದಲು
ಬಾನಾಡಿ ಅಳೆಯುವುದೇ ಬಾನೆತ್ತರ
ಹೆದರಿ,ಗರಿ ಮುದರಿ,ಸುಮ್ಮನೆ ಕೂರುವುದೇ

ತನ್ನ ರೆಕ್ಕೆಯಾ ಬಲವನ್ನು ನಂಬಿ
ಏರುವುದು ,ಹಾರುವುದು,ಪಡೆಯುವುದು
ತನ್ನಾತ್ಮದ ಸುಖಿವ.. ತನ್ನಿರುವಿನ ಅರ್ಥವ

ಯಾರಿಗಿಲ್ಲ ಹಂಗು , ಯಾರಿಗಿಲ್ಲ ಬವಣೆ
ಜಂಜಾಟದಲಿ ನೀ ಬಂಧಿ ಏಕೆ
ಚಿಂತನೆ,ಶೋಧನೆ,ಸಾಧನೆಯ ಪರಿಕರ

ನಿನ್ನ ಮೋಡಿ ಮಾಡುವ ಹಾಡಿಗೆ ಹಾಕು ನೀ ಹೆಜ್ಜೆ.
ಬೆಟ್ಟನೆ ಗೂಡನು ತೊರೆದು ಸಾಗು ನೀ ಮುಂದೆ
ನಿನ್ನ ಅನ್ವೇಷಣೆಯೆ...... ನಿನ್ನ ಇರುವಿನ ಧರ್ಮ

6. ಆಕರ್ಷಣೆ

ಕಣ್ಣು ಮುಚ್ಚಿದರೆ ಕಾಣುವೆನು ನಿನ್ನನ್ನೇ
ಕಣ್ಣು ತೆರೆದಾಗ ಹುಡುಕುವೆ ನಿನ್ನನ್ನೇ
ಸ್ವಲ್ಪ ಹುಚ್ಚಿಯೇ ನಾನು
ಅಥವ ನಿನ್ನ ಮೋಡಿಯೋ
ನಿನ್ನ ಸೆಲೆಗೆ ಅಲೆಯಾಗಿ ತೇಲಿ ಬಂದೆನು

ಕಾಡು ಮೇಡು ಅಲೆದು ಹರಿಯುತ
ಸೇರಿತು ಸಾಗರ ನದಿಯು
ಈ ಅಲೆಮಾರಿಗೆ
ಸಿಕ್ಕಿತೊಂದು ತಾಣವು
ನನ್ನದೆಲ್ಲ ನಿನ್ನಲ್ಲೇ ಇಂದು ಐಕ್ಯವು

ಕದ್ದು ಮುಚ್ಚಿ ಭೂಮಿಯ ನೋಡಲು
ಮೂಡುವ ಚಂದಿರ ದಿನವು
ನೀನೆ ನನ್ನ ಇಳೆಯು
ನಾನೇ ನಿನ್ನ ಶಶಿಯು
ನಿನ್ನ ಸುತ್ತಲಲ್ಲೆ ನನ್ನ ಅಸ್ತಿತ್ವವು

7. ಕಾಡು

ಅಮ್ಮ ನನ್ನಮ್ಮ ಕನಸೊಂದ ಕಂಡೆನಮ್ಮ ......
ಹಿಂದೆಲ್ಲೂ ನೋಡದಂತ ಸ್ವರ್ಗವೊಂದ ಕಂಡೆನಮ್ಮ

ಒಂದು ಚಿಕ್ಕ ಬೆಟ್ಟವಿತ್ತು ...
ಝುಳು ಝುಳು ಝುರಿ ಹರಿಯುತ್ತಿತ್ತು ....
ಕುಹುಕುಹು ಹಕ್ಕಿ ಹಾಡುತ್ತಿತ್ತು

ಜಿಂಕೆಯ ಹಿಂಡು ಓಡುತ್ತಿತ್ತು .....
ಮಂಗ ಮರಕೋತಿ ಆಡುತ್ತಿತ್ತು
ಹಾವೊಂದು ಗೊರಕೆ ಹೊಡೆಯುತ್ತಿತ್ತು ..

ಎಷ್ಟು ಮರಗಳು..ಎಷ್ಟು ಹೂಗಳ ಪರಿಮಳ
ಎಷ್ಟು ಹಣ್ಣು...ಎಷ್ಟು ಬಣ್ಣಗಳ ಆಗರ
ವ್ಯವಿಧ್ಯತೆಯೇ ಅದರ ಆಧಾರ ...

ಕಂದಮ್ಮ ನನ್ನಮ್ಮ ..ಏನಂತ ಹೇಳಲಮ್ಮ ...

ನೀ ಕಂಡ ಜಾಗ ಇಲ್ಲೇ ಇತ್ತಮ್ಮ ...
ಕಾಡು ಎಂದು ಅದರ ಹೆಸರಮ್ಮ
ನಾ ನಿನ್ನಷ್ಟಿದ್ದಾಗ ... ಅಲ್ಲೊಂದು ಇಲ್ಲೊಂದು ಇತ್ತಮ್ಮ

ಅಮ್ಮ ಹೇಳಮ್ಮ ಈಗೆಲ್ಲಿ ಕಾಡಮ್ಮ
ಇಲ್ಲಿದ್ದವು ಎಲ್ಲಿ ಹೋಯಿತಮ್ಮ ....

ನನಗೊಂದ ಕಾಡು ತೊರಿಸಮ್ಮ

ಅಯ್ಯೋ ಕಂದಮ್ಮ...
ಕಾಡಿಲ್ಲ.... ಶುದ್ಧ ಗಾಳಿಯಿಲ್ಲ .
ಚಿಟ್ಟೆ ಇಲ್ಲ ..... ಗುಬ್ಬಚ್ಚಿಯಿಲ್ಲ
ನೀರು ಕೂಡ ..... ನಿನಗೆ ಕೃತಕವೆಲ್ಲ

ನನ್ನಪ್ಪ ಅವರಪ್ಪ ನಾವು ಮಾಡಿದ
ಪಾಪದ ಫಲವನ್ನು ನೀ ಅನುಭವಿಸುವೆಯಮ್ಮ

8. ರಾಧೆ

ರವಿಯೇ ,
ನಿನ್ನೆಡೆ ವಾಲುವ ಹೂವು ನಾನು

ಶಶಿಯೇ,
ನಿನ್ನ ಸೆಳೆತಕ್ಕೆ ಉಕ್ಕೇರುವ ಸಾಗರ ನಾನು

ಮಾಂತ್ರಿಕನೆ,
ನಾ ಮಣ್ಣಿನ ಮುದ್ದೆ ನೀ ಕೊಡುವ ಆಕೃತಿ ನಾನು

ಮುರಳಿಯೇ ,
ನಿನ್ನ ನಾದಕ್ಕೆ ವಶಳಾದ ರಾಧೆ ನಾನು

ನಿನ್ನ ದನಿ ಜೇನ ಹನಿ
ನಿನ್ನ ಸ್ಪರ್ಶ ನನ್ನ ಹರ್ಷ
ನೀನು – ನನ್ನ ಕಣ್ಣಿನ ದೀಪ

೯. ಆಸೆ

ಬಾನಂಗಳದಿ ಘರ್ಜಿಸುವ
ಮೋಡಗಳು, ಕರಗಿ
ಸುರಿವ ಮಳೆಯ –
ಹನಿ ಮುತ್ತಾಗುವಾಸೆ

ಮಣ್ಣ ಒಡಲ ಹೊಕ್ಕಿ
ಬೀಜಕ್ಕೆ ಚೈತನ್ಯವಾಗಿ
ಚಿಗುರೊಡೆದು, ಬೇರೂರಿ
ಹೆಮ್ಮರವಾಗುವಾಸೆ

ಮರದ ನೆರಳಲಿ
ಕುಳಿತ ಗೊಲ್ಲನ
ಕೊಳಲ ದನಿಗೆ
ತಲೆದೂಗುವಾಸ

ಆ ಮಾಂತ್ರಿಕನ
ಸೃಷ್ಟಿಯ ವೈಭವ
ಮೂಕ ವಿಸ್ಮಿತನಾಗಿ
ಆಸ್ವಾದಿಸುವಾಸೆ

10. ಒಂದು ರಾತ್ರಿ

ಸುರಿವ ಸೋನೆ ಮಳೆ
ಯಾರೋ ಬಿಕ್ಕಿ ಬಿಕ್ಕಿ ಅತ್ತಂತೆ
ನುಂಗುವ ಕತ್ತಲು ,ಗುಯ್ಯುಗುಟ್ಟುವ ಶಬ್ದ
ಎಲ್ಲಿಂದಲೋ ಬಂದು ತಿವಿಯುವ ಈಟಿಯಂತೆ

ಕತ್ತಲಲ್ಲಿ ಹುದುಗಿ ಹೋಗಿರುವ ಕತೆಗಳು
ಬೂದಿ ಮುಚ್ಚಿದ ಕೆಂಡದಂತೆ
ಆಗಾಗ ಹಾರುವ ಚಟಾಕೆಗಳು
ಮುಖವಾಡಗಳ ಹಿಂದೆ ಅಡಗಿರುವ ಮುಖಗಳಂತೆ

11. ಮರಳಿ ಗೂಡಿಗೆ

ಜಂಜಾಟದಿಂದ ಬೇಸತ್ತು
ನಡೆದೆ ಮನೆಯಿಂದಾಚೆಗೆ
ಬೆಟ್ಟ ಗುಡ್ಡಗಳನ್ನೇರಿ
ದೂರ ತೀರವ ನೋಡಿದೆ

ಅಲ್ಲಿದೆ ಒಂದು ಚೆಂದದೂರು
ನೋಡಲೆಷ್ಟು ಸುಂದರ
ಪಚ್ಚ ನೆಲ ,ನೀಲ ನಭ
ಇದುವೇ ಹರುಷ ಮಂದಿರ

ನಿತ್ಯ ಆಹ್ಲಾದ ಉಲ್ಲಾಸ
ಜನ್ಯರೆಗೆಷ್ಟು ಸಂತಸ
ಹಾರಿ ಹೊರಟೆ ದೂರ ತೀರಕೆ
ಇಲ್ಲೇ ಇರಲಿ ಬಿಡಾರ

ಹೊಸತರಲ್ಲಿ ಎಲ್ಲ ಸೊಗಸು
ಮಾಯನಗರಿಯ ಥಳ ಥಳ
ಇದು ನಿಜವೇ ಇಲ್ಲ ಕನಸೇ
ಬೊಗಸೆ ನೀರಿನಲ್ಲೂ ಚಂದಿರ

ಎಲ್ಲ ಉಂಟು, ಬಗೆ ಬಗೆ ಊಟ
ಬಗೆ ಬಗೆ ನೋಟ,ಬಗೆ ಬಗೆ ಆಟ
ಸಾಕೆನಿಸುವಷ್ಟು ಸೌಕರ್ಯ

ಆದರು ಯಾಕೋ ವ್ಯಾಕುಲ

ಬಿರುಕು ಬಿಟ್ಟ ಗೋಡೆ
ಆದರೆ ಅದೇ ನನ್ನ ನೆಲೆ
ಸೋರುತ್ತಿದ್ದ ಸೂರು
ಆದರದೇ ನನ್ನ ಆಸರೆ

ಚೆನ್ನದೂರು ನಿನ್ನ ಅಂದ
ಇರಲಿ ಅದರ ಪಾಡಿಗೆ
ಗರಿ ಗೆದರಿ ತೃಪ್ತಿಯಿಂದ
ಮರಳಿ ಬಂದೆ ಗೂಡಿಗೆ

12. ಶಾಲೆಯ ಪುನರ್ಮಿಲನ

ಎರಡು ದಶಕಗಳ ದೂರ
ಎರಡೇ ನಿಮಿಷದಲ್ಲಿ
ಸರಿದು ಹೋದವು
ದೇಶ, ವಿಷಯ , ವ್ಯಕ್ತಿತ್ವದ
ಮುಖವಾಡಗಳು
ಕಳಚಿ ಹೋದವು
ಮರೆತು ಹೋದ ಮುಗ್ಧತೆಯ
ಗಂಧ ಸೋಕಿ
ಮತ್ತೆ ಮಕ್ಕಳಾದೆವು
ನನ್ನ ದಾರಿ
ನಿನ್ನ ದಾರಿ
ನಡುವೆ ಎಷ್ಟು ಅಂತರ
ಶಾಲೆಯಲಿಟ್ಟ , ಆ ಮೊದಲ ಹೆಜ್ಜೆ
ಬೆಸೆವುದು ನಮ್ಮನು
ನಿರಂತರ
ಅಂದಿನ ಶಿಸ್ತು
ಕೊಡಿಸಿತು
ಇಂದಿನ ಸ್ವಾತಂತ್ರ್ಯವ
ಅಂದು ತಿಂದ ಏಟು
ಕಲಿಸಿತು
ಏರು ಪೇರಿನ ಪಾಠವ ...

13. ಮಳೆಯಲಿ ಮಿಂದ ಇಳೆ

ಹುಲ್ಲು , ಹೊಸ ಬಟ್ಟೆ ತೊಟ್ಟ
ಪುಟ್ಟ ಹುಡುಗಿಯಂತೆ
ಮಿನುಗುತ್ತಿದೆ ...

ಹೂವೂ , ಹನಿಗಳು ತನ್ನ
ಮೇಲೆ ಬರೆದ ರಂಗೋಲಿ
ಪ್ರದರ್ಶಿಸುತ್ತಿದೆ ...

ಕೊಂಬೆಗಳು , ಆಡುತ್ತಾ
ಕೆಳಗೆ ಬಂದವರಿಗೆ , ರೇಗಿಸುವಂತೆ
ನೀರೆರಚುತ್ತಿದೆ .....

ಮರಗಳು , ಮಾತಾಡುತ್ತಾ
ಗಾಳಿ ಹೊತ್ತು ತಂದ ಕಥೆಗಳಿಗೆ
ತಲೆದೂಗುತ್ತಿವೆ .....

14. ನಭ

ನೀಲ ನೀಲ ನಭವೇ
ನೀನೊಂದು ಸೇತುವೆ
ಇಹಕ್ಕೂ ಪರಕ್ಕೂ
ಇಂದಿಗೂ ನಾಳೆಗೂ
ಗೋಚರ ಅಗೋಚರಕ್ಕೂ
ತಾರೆಗಳ ಸೆರಗಿನ ಅಂಬರವೇ
ನೀನೊಂದು ಬೆಚ್ಚನೆಯ ಅಪ್ಪುಗೆಯೇ
ದಾರಿ ತಪ್ಪಿದ ದೋಣಿಗೂ
ಕಳೆದು ಕೊಂದವರ ನೆನಪಿಗೂ
ನಾಳೆ ತರುವ ಬೆಳಕಿಗೂ

15. ನೀನಿಲ್ಲದ ಏನಿಲ್ಲ

ನೀನಿಲ್ಲದ ಏನಿಲ್ಲ
ನೀನಿನಿಲ್ಲದೆ ನಾನಿಲ್ಲ
ನೀನಿನಲ್ಲದೆ ನನ್ನ ಇಂದಿಗೆ
ನನ್ನ ನಾಳಿಗೆ ನೆಲೆಯಿಲ್ಲ
ನಿನ್ನ ಸ್ನೇಹ ತಂಗಾಳಿ
ನಿನ್ನ ಸೊಲ್ಲು ಸಿಹಿ ಜೇನು
ನಿನ್ನ ಸನಿಹ ಇನಿದಾದ ಸವಿಗಾನ
ನೀನಿಲ್ಲದೆ ಮಾತಿಲ್ಲ
ನೀನಿಲ್ಲದೆ ಹಾಡಿಲ್ಲ
ನೀನಿಲ್ಲದೆ ನನ್ನ ಪದಗಳಿಗೆ
ನನ್ನ ಸ್ವರಗಳಿಗೆ ಅರ್ಥವಿಲ್ಲ
ನಿನ್ನ ನೋಟ ಉತ್ಸಾಹ
ನಿನ್ನ ನೆನಪೇ ಆಹ್ಲಾದ
ನಿನ್ನ ಸ್ಥೈರ್ಯ ರಕ್ಷಾ ಕವಚ
ನೀನಿಲ್ಲದೆ ಹುರುಪಿಲ್ಲ
ನೀನಿಲ್ಲದೆ ಗೆಲುವಿಲ್ಲ
ನೀನಿಲ್ಲದೆ ನನ್ನ ಬಾಳಿಗೆ
ನನ್ನ ಕನಸಿಗೆ ಗುರಿಯಿಲ್ಲ

16. ಅವನಿಲ್ಲವಲ್ಲ

ತಂಗಾಳಿ ಜೋಗುಳವ ಹಾಡುತಿತ್ತು
ಮೋಡ ದಿಂದ ಇಣುಕಿದ ಚಂದಿರ
ನಿದ್ರೆ ಬರಲೇ ಇಲ್ಲ
ಅವನಿಲ್ಲವಲ್ಲ, ಅವನಿಲ್ಲವಲ್ಲ
ಕನಸುಗಳ ಕುದುರೆಯನೇರಿ
ಹುಡುಕುತ ಹೊರಟನು ಅವನು
ಕಾಣದ ಕಡಲಿನ ತೀರಾ
ಅವನಿಲ್ಲವಲ್ಲ, ಅವನಿಲ್ಲವಲ್ಲ
ಕತ್ತಲೆಯ ಒಡಲನು ಭೇದಿಸಿ
ಬೆಳಕನು ಅರಸುತ ಹೋದನು
ನನ್ನಯ ರಾಜಕುಮಾರ
ಅವನಿಲ್ಲವಲ್ಲ, ಅವನಿಲ್ಲವಲ್ಲ

17. ಸಖಿ

ನಾ ನೋಡುವ ಬಿಂಬ
ನಾ ಕೇಳುವ ದನಿ
ಹಂಬಲಿಸುವ ಸ್ಪರ್ಶ ನೀನೇ ....

ನಾ ಹಾರಲು ಹೊರತರೆ..
ರೆಕ್ಕೆಯ ಬಲ ನೀನೆ
ನಾ ಕಳೆದು ಹೋದರೆ...
ಹುಡುಕುವ ನೀನೆ

ನಾ ಬಯಸುವ ಸಿರಿ
ನಾ ಬೇಡುವ ಸ್ವರ್ಗ
ಕೈ ಗೆಟುಕದ ನಿಧಿ ನೀನೆ

ನಾನೋದು ಜಡ ವೀಣೆ
ನಾದ ಹೊಮ್ಮಿಸಿದೆ ನೀನೆ
ನಾ ಮಣ್ಣಿನ ಮುದ್ದೆ
ಕೊಟ್ಟೆ ರೂಪವ ನೀನೆ

ನಾ ಕಾಣುವ ಕನಸು
ನಾ ಮಿಡಿಯುವ ಭಾವ
ನನ್ನಾತ್ಮದ ಸಖಿ ನೀನೆ – ಸುಖಿ ನೀನೆ

18. ಕನಸು

ಸಾಕು ಸಾಕು ಅಂತು ಮನಸು
ಬೇಕು ಬೇಕು ಅಂತು ಕನಸು
ಯಾರು ಕಂಡಿಲ್ಲ ಕೇಳಿಲ್ಲ ಈ ದಾರಿಯ
ಆಗಿದೆ ಅಂಜಿಕೆ, ನಡೆ ನೀ ಹಿಂದಕೆ
ಬೇಗನೆ ಸೇರಿಕೋ ಬೆಚ್ಚನೆ ಗೂಡನು
ಮುಸುಕಾಗಿದ್ದರೂ, ಬಿದ್ದರು ಎದ್ದರೂ
ನಿನ್ನ ಕಾಯುತ್ತಿದೆ ನಿನ್ನ ಸಾಮ್ರಾಜ್ಯವು
ಅಲ್ಲಿದೆ ಅರಮನೆ, ಗೆದ್ದು ನೀ ತೋರಿಸು

19. ಸುಖ

ಮುಂಜಾನೆಯ ಮುಸುಕಿನಲ್ಲಿ
ಬಿಸಿಯಾದ ಮಗ್ ಹಿಡಿದು
coffee ಯ ಆವಿ ಆಸ್ವಾದಿಸುವ - ಸುಖ
ಆಷಾಡದ ಗಾಳಿಯ
ಮೆಲುದನಿಯ ಲಾಲಿಯ
ಸವೆಯುತ್ತಾ ಮಲಗುವ - ಸುಖ
ಮಳೆ ಸುರಿದರೂ
ಮೈದಾನದಲ್ಲಿ ಮಕ್ಕಳು
football ಆಡುವ ನೋಟದ - ಸುಖ
ಯಾರೋ , ಎಂದೂ ಬರೆದ
ಸಾಲುಗಳು.. ಸಮಯದ ಗಡಿದಾಟಿ
ಕೈ ಚಾಚಿದಾಗ , ಸಂವೇದನೆಯ - ಸುಖ
ಗುನುಗುತ್ತಿರುವ ಹಾಡು
satellite ತಿಳಿಸಿತೇ ರೇಡಿಯೋ ಗೆ ?
ಅದನ್ನು ಕೇಳುವ , ದನಿಗೂಡಿಸುವ - ಸುಖ
ಕೆಲುವೊಮ್ಮೆ.. ಕೆಲವರೊಂದಿಗೆ
ಹರಟುತ್ತ , ಘಂಟೆಗಳು ನಿಮಿಷದಂತೆ
ಸರಿದಾಗ , ಸ್ನೇಹದ - ಸುಖ
ನೆರೆಮನೆಯಲ್ಲಿ ತುಪ್ಪದ ಇಂಗಿನ ಜೀರಿಗೆ
ಒಗ್ಗರಣೆ ....ಮರಳಿ ಬಾರದವರನ್ನ
ನೆನಪಿಸುವ ಆಘ್ರಾಣದ - ಸುಖ

ದಿನದ ಸುಖದ ಕ್ಷಣಗಳು
ಎದೆಯ ಚಿಪ್ಪಿನಲ್ಲಿ ಬಚ್ಚಿಟ್ಟುಕೊಂಡು
ನೆನಪಿನ ಮುತ್ತಾಗುವವೂ ..

ದಿನದ ಸುಖದ ಕ್ಷಣಗಳು

ಎದೆಯ ಚಿಪ್ಪಿನಲ್ಲಿ ಬಚ್ಚಿಟ್ಟುಕೊಂಡು

ನೆನಪಿನ ಮುತ್ತಾಗುವವೂ ..

20. ಮಿಲನ

ಹಾರಿತು ಮನ...
ಕುಣಿದಾಡಿ ನಲಿದೆ ನಾ
ನಿನ್ನ ಕಂಡ ಈ ಕ್ಷಣ

ನಿನ್ನ ದಾರಿ ಕಾದು ಕಾದು
ಸೊರಗಿತು ಮನ...
ನೀನು ಬರದೆ ಹೋದರೆ ಎಂದು
ಹೆದರಿತು ಮನ

ಚಡಪಡಿಸಿದೆ ಮನ
ಹೆಪ್ಪುಗಟ್ಟಿದೇ ಮೌನ
ನೆನೆ ನೆನೆಯುತ ನಿನ್ನ

ನಿನ್ನ ಹೆಜ್ಜೆಯ ಸಪ್ಪಳ ಕೇಳಿ
ಅರಳಿತು ಮನ
ನಿನ್ನ ಮುಂಗುರುಳಾಡುವ ಆಟಕೆ
ಸೋತಿತು ಮನ

ತೇಲಿತು ಮನ
ಎಲ್ಲೇ ಮೀರಿ ಈ ದಿನ
ಅಲೌಕಿಕ ಈ ಮಿಲನ...

21. ಸಖಿ

ನಿನಗೇಕೆ ಬೇಕು ಹೇಳು ಸಖಿ
ಒಡವೆ ಬಂಗಾರ
ನಿನ್ನ ಕಣ್ಣಿದೆಯಲ್ಲ.. ಅದರ ಬೆಳಕಿದೆಯಲ್ಲ
ನೂರು ದೀಪ ಹಚ್ಚಿದಂತೆ
ನೀ ಬಂದೆಡೆಗೆ ..... ನೀ ನಿಂತೆಡೆಗೆ

ನಿನಗೇಕೆ ಬೇಕು ಹೇಳು ಸಖಿ
ಒನಪು ಶೃಂಗಾರ
ನಿನ್ನ ನಗುವಿದೆಯಲ್ಲ....ಅದರ ಕಳೆ ಇದೆಯಲ್ಲ
ಸರಿಸಿ ಮೋಡ ಚೆಲ್ಲಿದಂತೆ
ಬೆಳದಿಂಗಳನು ..ಚಂದ್ರ ಬೆಳದಿಂಗಳನು

ನಿನಗೇಕೆ ಬೇಕು ಹೇಳು ಸಖಿ
ವಜ್ರ ವೈಢೊರ್ಯ
ನಿನ್ನ ಮಾತಿದೆಯಲ್ಲ.... ಅದರ ಸೊಗಸಿದೆಯಲ್ಲ
ಚಿಪ್ಪಿನಲ್ಲಿ ಮುತ್ತು ಗಳನು
ಹಿಡಿದಿಟ್ಟಂತೆ ... ಕಡಲು ಹಿಡಿದಿಟ್ಟಂತೆ

ಆಹಾ ಎಂಥ ಪುಣ್ಯ ನನ್ನದು
ಎಣೆಯೇ ಇಲ್ಲ ...
ನಿನ್ನ ಹಾಡಿದೆಯಲ್ಲ .....ಅದರ ಸವಿ ಇದೆಯಲ್ಲ
ಊಟ ತಿಂಡಿ ಏನು ಬೇಡ

ಹಸಿವೆಯೇ ಇಲ್ಲ ..ನಲ್ಲ ಅಡುಗೆಯೂ ಇಲ್ಲ

ಅಯ್ಯೋ ಬಾರೆ ಬಾರೆ ಸಖಿ
ಹೋಗೋಣು ಬಾ
ಥರ ಥರ ಸೀರೆ , ನಿನ್ನ ಕಾಲಿಗೆ ಗೆಜ್ಜೆ
ಕೊಳ್ಳೊಣು ಬಾರೆ ಸಖಿ
ಆದರೂ ಸಾಲ... ಇಡಿ ಅಂಗಡಿ ಸಾಲ

22. ಮಳೆ

ದೂರದಲ್ಲೊಂದು ಕ್ಷಿತಿಜ
ಆಲಿಂಗಿಸಿದಂತೆ ಭೂಮಿ ಆಕಾಶ
ಆದರೆ ಸತ್ಯ,ಅವರಿಬ್ಬರದು ನಿತ್ಯ ವಿರಹ

ನೀಲ ನಭವನು ಸಮೀಪಿಸಲು
ಗುಡ್ಡವಾದಳು ,ಬೆಟ್ಟವಾದಳು
ಪರ್ವತವಾದಳು,ನಿಲುಕಲಿಲ್ಲ ಆಕಾಶ

ಬಿಕ್ಕಿ ಬಿಕ್ಕಿ ಅತ್ತಳು ,ಚಿಲುಮೆಯಾಗಿ
ನದಿಯಾಗಿ ,ಸಾಗರವಾಗಿ
ಮೊರೆ ಕೇಳಲಿಲ್ಲ ಆಕಾಶ

ನಾನಿದ್ದೇನೆ ಇಲ್ಲೇ ನೋಯದಿರು
ದೂರವಿದ್ದರೆ ಏನಂತೆ ,ಎನ್ನುತ
ಮೆಘವಾಗಿ,ಹನಿಮುತ್ತಾಗಿ ಚುಂಬಿಸಿತು ಆಕಾಶ
ಹಸಿರು ಸೆರಗು ಹೊದ್ದಳು ಭೂಮಿ ನಾಚುತ

23. ಮಲೆನಾಡಿನ ಹೆಣ್ಣು

ಬೆಟ್ಟ ದಿಣ್ಣೆ ಸುಳಿಯುತ್ತ
ಬಂಡೆಗಳ ದಾಟಿ ಕೊರೆಯುತ್ತಾ
ತಿಳಿಯಾದ ಸಿಹಿಯಾದ ನಿನ್ನ ಮಾತಿನ ಸವಿ
ತವರಿನ ತುಂಗೆಯ ಬಳುವಳಿಯೇ
ಮುಂಗಾರಲಿ ಮಿಂದ ಮಲೆನಾಡ ಇಳೆ
ಆ ಒನಪು, ಆ ಸೊಬಗು, ಆ ಮೆರಗು
ಹುದುಗಿರುವ ನಿನ್ನ ಅಘಾದ ಪ್ರತಿಭೆಗಳು
ಘಟ್ಟಗಳು ನಿನಗೆ ನೀಡಿದ ಕೊಡುಗೆಯೂ
ವಿಧ ವಿಧ ರೂಪ ಬಹು ಅಪರೂಪ
ಕೊಲ್ಲೂರು ಸಂಹಾರಿಣಿಯಿಂದ ಬಂಡ ಧೃತಿ
ಶಾರದೆಯಿಂದ ಶಾಂತ ಮತಿ
ಅನ್ನಪೂರ್ಣೆಯಿಂದ ಕೈಯ ಭಾತಿ
ಹಲೀಸಿನ ಸವಿಯಂತೆ, ಮಲ್ಲಿಗೆಯ ಕಂಪಂತೆ
ತುಂಗೆಯ ಅಲೆಗಳ ಇಂಪಂತೆ ,ಬೆಟ್ಟಗಳ ಸೊಂಪಂತೆ
ನಿನ್ನೂರಿನ ಕವಿ ಹೃದಯದ ಪದಗಳ ಸೊಬಗಂತೆ
ಸಾಗಲಿ ನಿನ್ನ ಬದುಕಿನ ಜಟಕಾಬಂಡಿ

24. ನಲ್ಮೆಯ ಸ್ನೇಹ

ಸರಿದ ಸಮಯದ ಪರಿವೆಯೇ ನಮಗಿಲ್ಲ
ಜನ್ಮ ಜನ್ಮಾಂತರದ ನಂಟಿಗೆ ಲೆಕ್ಕದ ಅಂಟೀಕೆ
ಆಡು ಮುಟ್ಟದ ಸೊಪ್ಪಿಲ್ಲ
ನಾವು ಆಡದ ಮಾತಿಲ್ಲ
ನೆನಪುಗಳ ಮೂಟೆಗಳ ರಾಶಿಯಲ್ಲಿ
ಫಳ ಫಳಿಸುವ ರತ್ನಗಳ ಲೆಕ್ಕ ಕಮ್ಮಿಯಿಲ್ಲ
ನಿನ್ನದೊಂದು ಕಥೆ , ನನ್ನದೊಂದು ವ್ಯಥೆ
ನಿನ್ನದೊಂದು ಮುನಿಸು,ನನ್ನದೊಂದು ಕನಸು
ನಿನ್ನದೊಂದು ಯೋಚನೆ,ನನ್ನದೊಂದು ಭಾವನೆ
ನಿನ್ನದೊಂದು ಬಯಕೆ, ನನ್ನದೊಂದು ಅರಿಕೆ
ನನ್ನದೊಂದು ಕವನ,ನಿನ್ನದೊಂದು ಹಾಡು
ನನ್ನದೊಂದು ಆಸೆ,ನಿನ್ನದೊಂದು ಹಾರೈಕೆ
ನನ್ನದೊಂದು ಪ್ರಶ್ನೆ,ನಿನ್ನದೊಂದು ಉತ್ತರ
ಅನ್ವೇಷಣೆಯ ದಾರಿಯಲ್ಲಿ ನಮ್ಮದು ಕೊಟ್ಟು ತೊಗೊ ವ್ಯಾಪಾರ
ನಿನ್ನದಷ್ಟು,ನನ್ನದಿಷ್ಟು ಅಳತೆ ಮಾಡದ
ಪೈಪೋಟಿ ಇದ್ದರೂ ಇಲ್ಲದ ಸ್ನೇಹ
ಮುಚ್ಚಿದ ಬಾಗಿಲುಗಳನ್ನು ನೂಕಿ,ಕೈ ಹಿಡಿವ
ಮುಖವಾಡಗಳಿಲ್ಲದ ಸ್ನೇಹ
ಸಾವಿರಾರು ಮೈಲಿಗಳ ಅಂತರವನ್ನು
ತಿರುಗುತ್ತಿರುವ ಹಗಲು ರಾತ್ರಿಗಳ ಚಕ್ರವನ್ನು
ಮೀರಿ ದಾಟುವ ನಮ್ಮ ಚರ್ಚೆಗಳಿಗೆ
ಸಮುದ್ರ ಲಂಘಿಸುವ ಹನುಮಂತನ ಬಾಲದ ಬಲ
ನಿನ್ನ ಸಾಮರ್ಥ್ಯದ ಬೆಳಕು

ಸುತ್ತಲಿನ ಅಂಧಕಾರವನ್ನು ಓಡಿಸುತ್ತದೆ
ನಿನ್ನ ತಿಳಿ ಹೃದಯದ ಮಾತುಗಳು
ದಾರಿಯ ಮುಳ್ಳುಗಳ್ಯನ್ನ ಕಿತ್ತೊಗುಯಯುತ್ತದೆ
ಬೆಟ್ಟದಷ್ಟು ಕಠಿಣವೆನಿಸದರು
ಹಿಮದಂತೆ ಕರಗುವ ಬೆಚ್ಚಗಿನ ಮನಸ್ಸು
ಕೈಗೊಂದು ಬಾಲು ಕೊಟ್ಟರೆ
ನಿನದಿನ್ನೂ ಆಡುವ ವಯಸ್ಸು
ಹೊಸ ಹೊಸ ಪ್ರಯಾಣಗಳನ್ನು
ನೂತನ ಅಧ್ಯಾಯಗಳನ್ನು
ಇನ್ನೂ ಗರಿ ಗೆದರದ ಆಸೆಗಳನ್ನು
ಎಂದು ಮುಗಿಯದ ಮಾತುಗಳನ್ನು
ಕದ ತೆರೆದು ಕೈ ಬೀಸಿ ಕರೆದು
ಕಳೆಯೋಣ ಇನ್ನರ್ಧ ಜೀವನ
ಸರಿದ ಸಮಯದ ಪರಿವೆಯೇ ನಮಗಿಲ್ಲ
ಜನ್ಮ ಜನ್ಮಾಂತರದ ನಂಟಿಗೆ ಲೆಕ್ಕದ ಅಂಟೀಕೆ

25. ಅಜ್ಜಿಯ ಮನೆ

ಅಂಗಳದ ರಂಗೋಲಿ ಚೆಂದ
ಬಾಗಿಲಿನ ತೋರಣದ ಅಂದ
ಅಜ್ಜಿಯ ಮನೆಯ ಸೊಬಗಾ
ಹೀಗೆ ಬಣ್ಣಿಸಲಿ ನಾ ಕಂದ
ಚಕ್ಕಲಿ,ಕೋಡುಬಳೆ, ನಿಪ್ಪಟ್ಟು
ಉಂಡೆ, ಹಲ್ವಾ, ಮಿಠಾಯಿಗಳು
ತಿಂದು ತೇಗಿದವರೇ ಬಲ್ಲರು
ಆ ಕೈ ರುಚಿಯ ಸವಿಯ

ಬೇಸಿಗೆ ಭಾವಡಿಯ ತುಂಬೆಲ್ಲ
ಅರಳು ಸಂಡಿಗೆ ಹಪ್ಪಳ
ಅಜ್ಜಿ ಬರುವ ಮುನ್ನವೇ ಬರುವುದು
ಅವಳ ಗೆಜ್ಜೆಯಾ ಸಪ್ಪಳ
ರುಚಿ ರುಚಿ ಬಿಸಿ ಬಿಸಿ ಊಟ
ಕೆಲಸದಲ್ಲೇ ಆಡಿಸುವ ಆಟ
ತಾತನ ಜೊತೆಯಲ್ಲಿ ಹೋಗುವ ಟಾಟಾ
ಯಾರಿಗುಂಟು ಯಾರಿಗಿಲ್ಲ ಈ ಪಾಠ
ಆ ಬೆಚ್ಚನೆಯ ಮಡಿಲು, ಆ ಗೂಡು
ಆ ಲಾಲಿ, ಆ ಕಥೆಯೂ , ಆ ಹಾಡು
ಅಜ್ಜಿಯ ಮನೆಯ ಸೊಬಗಾ
ಹೇಗೆ ಬಣ್ಣಿಸಲಿ ನಾ ಕಂದ